గొప్ప ఋషి

ఒకసారి చాలా ధైర్యవంతుడైన విక్రమ్ రాజు చేతిలో కత్తి పట్టుకుని చెట్టు వద్దకు వెళ్లాడు. చెట్టుకు వేలాడదీసిన శవాన్ని కిందకు దించి శవాన్ని భుజాలపై వేసుకుని దహన సంస్కారాలకు నడవడం ప్రారంభించాడు. విక్రమ్ వెంట నడుస్తుంటే బేతాల్, 'విక్రమ్, ఇప్పుడు నేను నీకు ఒక కథ చెబుతాను మరియు చివర్లో నా ప్రశ్నకు సమాధానం చెప్పాలి. సమాధానం చెప్పకపోతే, నేను నీ తలని వెయ్యి ముక్కలుగా చేస్తాను." అలా చెబుతూ, బేతాల్ కథ చెప్పడం ప్రారంభించాడు.

ఒకప్పుడు, ఒక రాజుకి చిన్న కొడుకు ఉన్నాడు. అతన్ని బాగా చదివించాలనుకున్నాడు. కాబట్టి అతను ఒక మహర్షి వద్దకు వెళ్లి, "మీ పవిత్రత! అతనికి నేర్పండి, కానీ అతనిని యువరాజులా చూసుకోండి" అని అభ్యర్థించాడు. ఋషి "లేదు, ఇది సాధ్యం కాదు, ఇక్కడ చదువుకోవా లనుకుంటే, అతనిని ఇతర విద్యార్థిలా చూస్తారు" అని గట్టిగా సమాధానం చెప్పాడు. అతని సమాధానానికి రాజు చాలా కోపంగా ఉన్నాడు మరియు అతనికి గుణపాఠం చెప్పాలనుకున్నాడు. అయితే, అతను తరువాత అతనితో స్కోర్లను పరిష్కరించుకోవాలని నిర్ణయించుకున్నాడు. యువరాజును మహర్షి వద్ద వదిలి ఇంటికి తిరిగి వచ్చాడు.

చాలా సంవత్సరాలు గడిచిపోయాయి. యువరాజు తన గురువు యొక్క ప్రేమ పూర్వక సంరక్షణలో తెలివైన వ్యక్తిగా పెరిగాడు. అతను ఆశ్రమం వదిలి వెళ్లే సమయం వచ్చినప్పుడు, యువరాజు తన గురువుతో, "అయ్యా, నేను మీతో ఉన్న సమయంలో మీరు నాకు అందించిన మంచి సంరక్షణ మరియు విద్యకు బదులుగా మీకు ఏదైనా ఇవ్వాలనుకుంటున్నాను" అని చెప్పాడు.

తెలివైన ఋషి అతని భావాలను మెచ్చుకుని, "కొడుకు, సరైన సమయం వచ్చినప్పుడు నేను నా ఫీజు అడుగుతాను." తన గురువుకు కృతజ్ఞతలు తెలుపుతూ, యువరాజు ఇంటికి తిరిగి వెళ్లాడు. మహర్షి దురుసు ప్రవర్తనకు ఇంకా కోపగించుకున్న రాజు అతనికి గుణపాఠం చెప్పాలని నిర్ణయించుకున్నాడు. అతను తన కాపలాదారులను ఆజ్ఞాపించాడు, "వెళ్లి సెట్ చేయండి ఆశ్రమం మంటల్లో ఉంది."

కొన్ని రోజుల తర్వాత, యువరాజు తన గురువును కలవడానికి వెళ్లాడు. ఆశ్రమం బూడిదగా మారడం చూసి అతను ఆశ్చర్యపోయాడు. అతను చాలా కలత చెందాడు మరియు కోపంగా ఉన్నాడు. అతను ఋషిని అడిగాడు, "అయ్యా, ఇది ఎవరు చేసారు? ఎవరు చేసినా నేను కనికరించను."

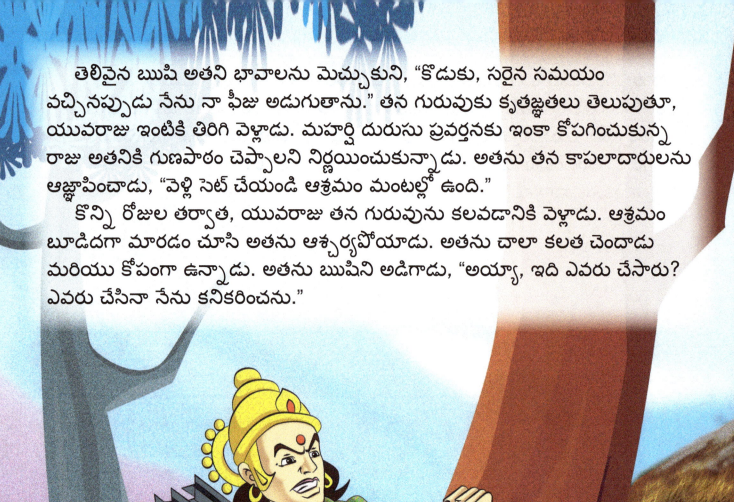

ఇప్పుడు బేతాల్ రాజు, విక్రమ్ని అడిగాడు, "చెప్పండి, ఋషి యువరాజుకి ఏమి చెప్పాడు? మాట్లాడు లేదా నేను నీ తలని వంద ముక్కలు చేస్తాను."

రాజు విక్రమ్ కాసేపు ఆగాడు కానీ సమాధానం చెప్పకుండా ఉండలేకపోయాడు. అతను "తెలివైన ఋషి తన ఫీజు చెల్లించే సమయం వచ్చిందని యువరాజుతో చెప్పాడు. ఆశ్రమాన్ని తగలబెట్టడానికి కారణమైన తన తండ్రిని క్షమించమని కోరాడు."

బేతాల్ ఆశ్చర్యంగా బదులిచ్చాడు, "విక్రమ్ రాజు, మీ తెలివికి నేను నిన్ను అభినందిస్తున్నాను. కానీ మీరు మౌనంగా మీ ప్రతిజ్ఞను భగ్నం చేసారు. కాబట్టి, నేను నిన్ను విడిచిపెట్టవలసి వచ్చింది." మరియు బేతాల్ తిరిగి పీపాల్ చెట్టు వద్దకు వెళ్లాడు.

విజయం యొక్క రహస్యం

రాజు విక్రమ్ ఎప్పటిలాగే పీపుల్ చెట్టుకు వేలాడుతున్న శవాన్ని కిందకు దించాడు. విక్రమ్ మౌనంగా నడుస్తూ ఉండగా, బేతాల్కు మరో కథ చెప్పడం ప్రారంభించాడు: చాలా కాలం క్రితం, చతుర్సేన్ అనే రాజు మగధ రాజ్యాన్ని పాలించాడు. అతను గొప్ప రాజు మరియు రాజ్యంలో తన ప్రజలను బాగా చూసుకునేవాడు. అయితే పాచికల ఆటకు బానిసయ్యాడు. ఒకసారి, అతను ప్రత్యర్థుల చేతిలో ఓడిపోయాడు మరియు తన సంపద మరియు రాజ్యాన్ని కోల్పోయాడు. కాబట్టి అతను తన రాజ్యాన్ని విడిచిపెట్టవలసి వచ్చింది.

అతను స్థిరపడటానికి వేరే ప్రదేశం కోసం రాజభవనం నుండి బయలుదేరాడు. తన ప్రయాణంలో, చతుర్సేన్ ఒక సన్యాసి దగ్గరకు వెళ్లాడు. అక్కడ అతను లోతైన ధ్యానంలో ఉన్న సన్యాసిని చూశాడు. రాజు అతనికి ప్రగాఢమైన భక్తితో నమస్కరించి అతని పక్కన కూర్చున్నాడు. కొంతసేపటికి సన్యాసి కళ్లు తెరిచి రాజును చూసి, "కుమారా! నువ్వు ఎవరు? బాగా అలసిపోయి, ఆకలిగా ఉన్నట్టున్నావు. ఏదీ తినకూడదా?" సన్యాసి అతనికి కొన్ని పండ్లు మరియు కాయలు అందించాడు.

రాజు సన్యాసికి తనను తాను పరిచయం చేసుకుని, "మీ పవిత్రత, నేను చతుర్సేన్ రాజును, అయితే దయచేసి నన్ను క్షమించండి. ఈ పద్ధతిలో తినడం నా రాజరిక స్థితికి సరిపోదు" అని చెప్పాడు.

సన్యాసి నవ్వి, తన ధ్యాన శక్తులతో ఒక అందమైన స్త్రీని సృష్టించాడు. బంగారు పళ్లెంలో రాజుకు రుచికరమైన ఆహారాన్ని వడ్డించమని ఆ స్త్రీకి చెప్పాడు. ఆ మహిళ రాజును దగ్గర్లోని గుడిసెలోకి తీసుకువెళ్లింది. వాళ్లు లోపలికి అడుగు పెట్టగానే, లోపల ఉన్న ఒక గొప్ప రాజభవనం చూసి రాజు ఆశ్చర్యపోయాడు. రాజు చాలా సంతోషించాడు. అందమైన స్త్రీ అతనికి బంగారు ప్లేట్లలో భోజనం వడ్డించింది. రాజు తన మనసుకు నచ్చిన రుచికరమైన ఆహారాన్ని తిని విశ్రాంతి తీసుకోవడానికి మెత్తని మంచం మీద పడుకున్నాడు. వెంటనే నిద్రలోకి జారుకున్నాడు.

కొన్ని గంటల తర్వాత, రాజు నిద్రలేచి చూసేసరికి, అతను నేలమీద పడి ఉండటం చూసి చాలా ఆశ్చర్యపోయాడు. చుట్టూ పెద్ద ప్యాలెస్ లేదా అందమైన మహిళ లేదు. అతను సన్యాసిని అడిగాడు, "మీ పవిత్రత, ప్రతిదీ ఎక్కడికీ పోయింది?".

సన్యాసి ఇలా సమాధానమిచ్చాడు. "నేను మంత్ర శక్తితో ధ్యానం ద్వారా అందమైన స్త్రీని మరియు గొప్ప రాజభవనాన్ని సృష్టించాను. మీరు కూడా ఈ మంత్రాన్ని నేర్చుకుంటే అది చేయగలరు."

చతుర్వేస్ ఆ మంత్రాన్ని తనకు బోధించమని సన్యాసిని అభ్యర్థించాడు. సన్యాసి రాజు చెవులలో మంత్రాన్ని గుసగుసలాడుతూ, "నువ్వు ఈ మంత్రాన్ని మనస్ఫూర్తిగా నేర్చుకుని, చల్లని నీటిలో నిలబడి నలభై రోజులు చదవాలి" అని చెప్పాడు.

రాజు సన్యాసి సలహాను పాటించాడు. నలభైరోజుల తరువాత, అతను అందమైన స్త్రీని పిలిచి మంత్రం యొక్క శక్తిని పరీక్షించాలని నిర్ణయించుకున్నాడు. కానీ అతను నిరుత్సాహపడ్డాడు, ఎందుకంటే అతను అందమైన స్త్రీని తీసుకురాలేకపోయాడు మరియు గొప్ప రాజభవనాన్ని సృష్టించలేకపోయాడు. విచారంగా మరియు నిస్సహాయంగా భావించి, అతను సన్యాసి వద్దకు తిరిగి వెళ్లి, "మీ పవిత్రత! నేను పఠించాను. మీరు సూచించిన మంత్రం, కానీ నేను మ్యాజిక్కు సృష్టించలేకపోతున్నాను. నేను ఏమి చేయాలి నిష్ణాతుడా?" సన్యాసి చిరునవ్వు నవ్వి, "ఇప్పుడు వెళ్లి, అగ్ని ముందు కూర్చొని. మరో నలభై రోజు మంత్రాన్ని పఠించండి. "చతుర్వేవ్ మళ్లీ సన్యాసి సలహాను అనుసరించాడు. కానీ ఇప్పటికీ అతను మంత్రం యొక్క మాయాజాలాన్ని సృష్టించలేకపోయాడు.

బేతాల్ కథను ఇక్కడితో ముగించి, రాజు విక్రమ్ను అడిగాడు. "చెప్పండి, చతుర్సేన్ మంత్రంలో ఎందుకు ప్రావీణ్యం పొందలేకపోయాడు?" రాజు విక్రమాదిత్యుడు ఒక్క క్షణం ఆలోచించి, "ఏకాగ్రత లేకుండా జ్ఞానాన్ని పొందలేము. రాజు చతుర్సేనుడు సన్యాసి సలహా మేరకు మంత్రాన్ని పఠించినా, ఏకాగ్రత లోపించడం వల్ల అతను దానిలో ప్రావీణ్యం పొందలేకపోడు. అతని దృష్టి ఎల్లప్పుడూ జీవితం యొక్క ఆనందాలు పైపు

"నువ్వు చెప్పింది కరెక్ట్ విక్రమ్!" అన్నాడు బేతాల్. "అయితే మీరు మౌన ప్రతిజ్ఞను ఉల్లంఘించారు, కాబట్టి నేను నిన్ను విడిచిపెట్టవలసి వచ్చింది." అలా చెప్పి, బేతాల్ చెట్టు వద్దకు ఎగిరిపోయింది మరియు విక్రమ్ రాజు తన కత్తిని తీసి మరోసారి బేతాల్ను వెంటడించడం ప్రారంభించాడు.

గొప్ప త్యాగం

రాజు విక్రమాదిత్య పీపుల్ చెట్టు వద్దకు చేరుకున్నాడు. అక్కడ ఎప్పటిలాగే శవం తలకిందులుగా వేలాడుతుంది. శవాన్ని కిందికి లాగి భుజాలపై వేసుకుని మౌనంగా నడవడం మొదలుపెట్టాడు. కొంతకాలం తరువాత, మరొక కథ చెప్పడం ప్రారంభించాడు. బేతాల్ ఒకప్పుడు విర్సేన్ మరియు రాజు ఉండేవాడు. విర్సేన్ చాలా రాచరికం మరియు తన యజమానికి అంకితభావంతో ఉన్నాడు. ఒక రాత్రి, రాజు తన గదిలో విశ్రాంతి తీసుకుంటుండగా, తన రాజభవనం వెలుపల ఒక స్త్రీ ఏడుస్తున్న శబ్దం విన్నాడు. "నా రాజ్యంలో అణగారిన వ్యక్తి లేదు, అయితే ఈ స్త్రీ ఎవరు? మరియు ఆమె రాత్రిపూట ఒంటరిగా ఎందుకు ఏడుస్తోంది?"

రాజు, "వెళ్లి ఈ స్త్రీ ఎవరో, ఎందుకు ఏడుస్తుందో కనుక్కోండి" అని విర్సేన్ని అడిగాడు. విర్సేన్ రాజు ఆజ్ఞను అనుసరించి వెంటనే బయటకు వెళ్లాడు. రాజు, ఉత్సుకతతో, రహస్యంగా గార్డును అనుసరించాడు. విర్సేన్ కొద్దిదూరం నడవగా, ఏడుస్తున్న స్త్రీని చూశాడు. అతను ఆగి, "ఎవరు నువ్వు ఎందుకు ఇలా ఏడుస్తున్నావు?" ఆ స్త్రీ సమాధానమిచ్చింది. "నేను రాజు మరియు అతని రాజ్యాన్ని రక్షించే భూదేవిని. అయితే, ఒక రాక్షసుడు నన్ను ఆక్రమించాడు. కాబట్టి నేను రాజును రక్షించలేను. రాజు మూడు సంవత్సరాలలోపు చనిపోతాడు కాబట్టి నేను చాలా రోజులు బాధపడ్డాను."

అది విన్న విర్ఫేన్, “రాజును రక్షించడానికి ఏదైనా మార్గం ఉందా?”. అని ఆమెను అడిగాడు. భూమాత, “అవును, కాలాన్ని వృధా చేయకుండా నీ కొడుకును కాళికాదేవికి బలి ఇస్తే రాజు రక్షింపబడతాడు” అని సమాధానమిచ్చింది. విర్సేన్ వెంటనే అతని ఇంటికి వెళ్లాడు. రాజు కూడా నిశ్శబ్దంగా అతనిని అనుసరించాడు. విర్సేన్ ఇంటికి చేరుకోగానే, అతను తన భార్యను నిద్రలేపి, కాళీదేవికి తమ కుమారుడిని సమర్పించమని భూమాత తనను ఎలా ఆదేశించిందో చెప్పాడు.

అది విని అతని భార్య, “మన రాజు ప్రాణాన్ని కాపాడాలంటే మనం ఇలా చేయాలి” అంది, ఇప్పుడు విర్ఫేస్, తన చిన్న కొడుకును నిద్రలేపి, అతనికి మొత్తం కథ చెప్పాడు. అతని కుమారుడు కూడా రాజు యొక్క భద్రత కోసం తన ప్రాణాలను అర్పించడానికి వెంటనే అంగీకరించాడు.

విర్సేన్ మరియు అతని భార్య మరియు కొడుకు మధ్య సంభాషణ విన్న రాజు, వారి ధైర్యం మరియు త్యాగ భావం చూసి ఆశ్చర్యపోయాడు. మరియు ముగ్ధుడయ్యాడు. విర్సేన్ తన కొడుకును కాళీ ఆలయానికి తీసుకెళ్లాడు. కొడుకు దేవత ముందు నమస్కరించాడు మరియు విర్సేన్ ఒక్కసారిగా తన కత్తిని తీసి కొడుకు తల నరికాడు.

విర్సేన్ భార్య ఒక్క చుక్క కన్నీళ్లు పెట్టలేదు కానీ, "రాజుకు భద్రత కల్పించాము. అయినా, నా కొడుకు లేని జీవితం నాకు ఏమి ప్రయోజనం అని నేను భావిస్తున్నాను." అలా చెప్పి, ఆమె తన చనిపోయిన కొడుకు మృతదేహాన్ని ఉంచిన మండుతున్న అంత్యక్రియల చితిలో తనను తాను విసిరివేసింది.

విర్సేన్ తన భార్య మరియు కొడుకును కోల్పోయినందుకు చాలా బాధపడ్డాడు. దాంతో ఒక్కసారిగా అతను కత్తితో తన తలను నరికేసుకున్నాడు.

విర్వేస్ ను రహస్యంగా గమనిస్తున్న రాజు, కుటుంబం మొత్తం అతని ముందు చనిపోవడం చూసి షాక్ అయ్యాడు. ముగ్గురి మరణానికి తనను తాను శపించుకున్నాడు. అతను తన కత్తిని తీసి, అతని తల నరికివేయ బోతున్నాడు. అకస్మాత్తుగా ఒక స్వరం వినిపించింది. “మీ ధైర్యానికి నేను చాలా సంతోషించాను. అతని భార్య మరియు బిడ్డతో పాటు విర్సేన్ని తిరిగి బ్రతికించండి.”

వెంటనే, విర్సేస్ తన కొడుకు మరియు భార్యతో సజీవంగా లేచాడు. రాజు చాలా సంతోషించాడు వారిని సజీవంగా చూసినందుకు మరియు అతని ధైర్యం మరియు విధేయుత కోసం విర్సేన్ కు బహుమతిని ఇచ్చాడు.

బేతాల్ కథ చెప్పడం ఆపి, రాజు విక్రమ్ అడిగాడు, "చెప్పండి, ఎవరు ధైర్యవంతుడు? మరియు ఎవరి త్యాగం గొప్పది?"

రాజు విక్రమ్ ఇలా సమాధానమిచ్చాడు. "నాకు రాజు చాలా ధైర్యవంతుడు మరియు అతని త్యాగం చాలా గొప్పది. తన యజమాని జీవితాన్ని రక్షించడం విర్వేస్ యొక్క కర్తవ్యంగా నేను భావిస్తున్నాను. మరియు అతని కుమారుడు విధిగా జీవితాన్ని త్యాగం చేశాడు. అతని తండ్రి మరియు అతని తల్లి తన కొడుకుపై ప్రేమ కారణంగా వారి జీవితాలను త్యాగం చేసారు. కానీ రాజు సేవకుడి కోసం ప్రాణత్యాగానికైనా సిద్ధపడ్డాడు. రాజు తన ప్రాణాలను త్యాగం చేయవలసిన అవసరం లేదు.

"మీరు ప్రతి ప్రశ్నకు ఇంత కరెక్ట్ గా ఎలా సమాధానం చెప్పగలుగు తున్నారు అని నేను ఆశ్చర్యపోతున్నాను. కానీ మీరు మౌన ప్రతిజ్ఞను ఉల్లఘించారు. మరియు నేను నిన్ను విడిచిపెట్టాలి." అని చెప్పి, బేతాల్ తిరిగి చెట్టు వద్దకు వెళ్లింది.

ఒక వింత నిర్ణయం

మరోసారి విక్రమ్ రాజు చెట్టు దగ్గరకు వెళ్లి శవాన్ని భుజాలపై వేసుకుని నడవడం మొదలుపెట్టాడు. మరియు బేతాల్, తన కొత్త కథను ప్రారంభించాడు. కిషానగర్ పాలకుడు రాజేంద్రుడు తన భార్యతో సంతోషంగా జీవించాడు. అతను తన ప్రజల పట్ల చాలా దయతో ఉన్నాడు మరియు రాజ్యాన్ని తెలివిగా పాలించాడు. అతని దయ మరియు జ్ఞానం కోసం ప్రజలందరూ అతన్ని ప్రేమిస్తారు. వారి వివాహం జరిగిన చాలా సంవత్సరాల తరువాత, రాజు మరియు రాణికి ఆడపిల్ల పుట్టింది. వారు ఆమెకు సూర్యముఖి అని పేరు పెట్టారు. యువరాణి చాలా ప్రేమ మరియు ఆప్యాయతతో పెరిగారు. ఆమెకు అత్యుత్తమ విద్యను అందించారు. సూర్యముఖి చదువులోనే కాదు విల్లు- బాణం, కత్తి వాడటంలోనూ తెలివైనది.

ఆమెకు ఇరవై ఏళ్లు వచ్చేసరికి తల్లిదండ్రులు ఆమెకు పెళ్లి చేయాలని అనుకున్నారు. కానీ సూర్యముఖి మాత్రం తనకంటే విల్లు, కత్తి వాడటంలో నైపుణ్యం ఉన్న వ్యక్తిని పెళ్లి చేసుకుంటానని షరతు పెట్టింది. పురుషుడు ఆమెను ద్వంద్వ పోరాటంలో ఓడించగలగాలి.

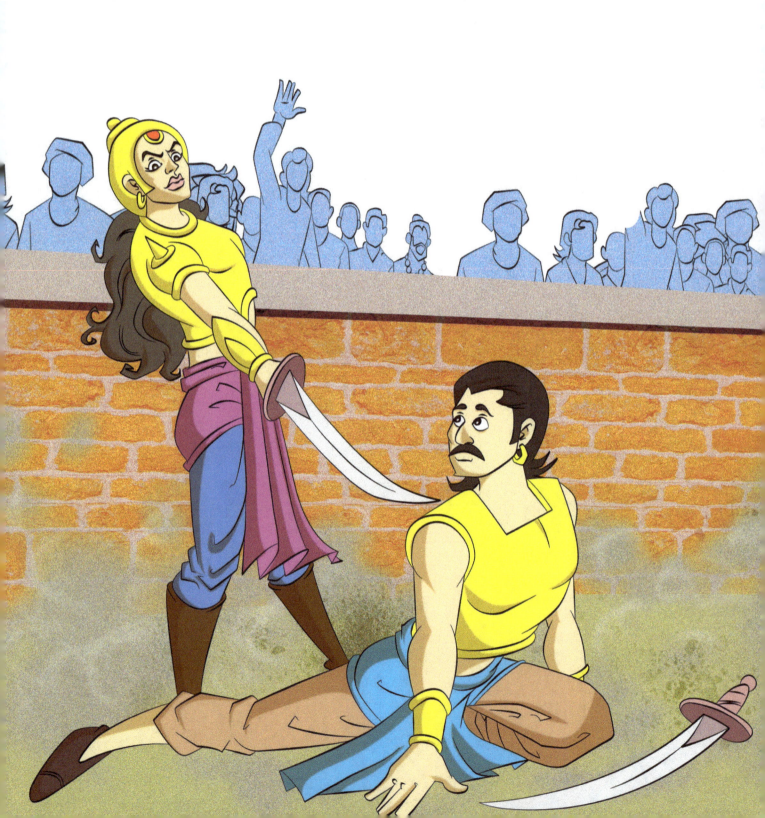

అలా రాజ్యంలోనూ, పక్క రాష్ట్రాల్లోనూ ప్రకటన వెలువడింది. అందమైన యువరాణిని పెళ్లి చేసుకోవాలనే కోరికతో చాలా మంది యువకులు ముందుకు వచ్చారు. యువరాణి అడపిల్ల కావడం వల్ల ఆమెను సులువుగా ఓడించగలమని వారు భావించారు. ప్రతిరోజు యువరాజుతో పోటీలు జరిగేవి. అందర్నీ ఆశ్చర్యపరుస్తూ సూర్యముఖి అందరినీ ఓడించడంతో నిరాశతో వెనుదిరగాల్సి వచ్చింది.

ఇన్ని రోజులూ, పొరుగు రాజ్యానికి చెందిన యువరాజు జయంత్ సామాన్యుడి వేషం వేసుకుని, యువరాజుల సవాళ్లను స్వీకరిస్తున్న సూర్యముఖిని చూస్తూ జనం మధ్య కూర్చున్నాడు. యువరాణి తన ప్రత్యర్థులను ఓడించేందుకు అనుసరించే వివిధ వ్యూహాలను నిశితంగా గమనించి నేర్చుకున్నాడు.

త్వరలో అతను యువరాణి సవాలును స్వీరించగలడనే నమ్మకంతో ఉన్నాడు. అతను రాజభవనానికి వచ్చి, యువరాజు వేషం ధరించి, ద్వంద్వ యుద్ధం ఆడమని సూర్యముఖిని సవాలు చేశాడు. ఆమె అతన్ని గుర్తించింది. కానీ ఏమీ వెల్లడించకుండా సవాలును స్వీకరించింది. పోటీలు జరిగి జయంత్ ఆమెను ఓడించాడు. కానీ యువరాణి అతనిని వివాహం చేసుకోవడానికి నిరాకరించింది. ఆమె నిర్ణయానికి రాజు, రాణి మరియు అక్కడ ఉన్న ప్రజలందరూ ఆశ్చర్యపోయారు.

సమయంతో, “నువ్వు నన్ను ఓడించావు, క్షమించండి, నేను నిన్ను పెళ్లి చేసుకోలేను. నాకు తెలుసు, నేను నిరాకరించడానికి కారణం కూడా మీకు తెలుసు” అని చెప్పింది.

జయంత్ ఒక్క నిమిషం మౌనంగా ఉండి, తల వంచుకుని యువరాణితో, “అవును, నువ్వు చెప్పింది నిజమే. నేను నిన్ను పెళ్లి చేసుకోవడం అనైతికం.” అని చెప్పి రాజభవనం నుండి బయలుదేరాడు. అందరూ ఆశ్చర్యపోయారు మరియు ఆశ్చర్యంగా ఒకరినొకరు చూసుకున్నారు.

బేతాల్ కథను ఇక్కడ ముగించి, విక్రమ్‌ని అడిగాడు. "చెప్పండి రాజా, ద్వంద్వ యుద్ధంలో జయంత్ చేతిలో ఓడిపోయినప్పటికీ, యువరాణి అతనిని ఎందుకు వివాహం చేసుకోవడానికి నిరాకరించింది?"

దానికి విక్రమ్ సమాధానమిస్తూ, "జయంత్ సూర్యముఖిని చూసి ద్వంద్వ పోరాట వ్యూహాలను నేర్చుకున్నాడు. కాబట్టి, ఒక విధంగా, ఆమె తన గురువు. అందుకే, గౌరవసూచకంగా, అతను ఆమెకు నమస్కరించాడు. భారతీయ సాంప్రదాయ ప్రకారం, ఉపాధ్యాయుడు తన విద్యార్థిని పెళ్లి చేసుకోవడం కుదరదు... జయంత్ ఈ విషయాన్ని గ్రహించి సూర్యముఖిని పెళ్లి చేసుకోవడం నైతికం కాదని అంగీకరించాడు. రాజు విక్రమ్ తన సమాధానం పూర్తి చేయడంతో బేతాల్ అతనిని చూసి నవ్వుతూ తనతో పాటు శవాన్ని తీసుకుని చెట్టుపైకి వెళ్లాడు.

ది ఫోర్ లెర్నడ్ ఫూల్స్

మరోసారి చాలా ధైర్యంగా ఉన్న రాజు విక్రమ్ చేతిలో కత్తి పట్టుకుని చెట్టు వద్దకు వెళ్లాడు. చెట్టుకు వేలాడదీసిన శవాన్ని కిందకు దించి శవాన్ని భుజాలపై వేసుకుని దహన సంస్కారాలకు నడవడం ప్రారంభించాడు. విక్రమ్ వెంట నడుస్తుంటే బేతాల్, "విక్రమ్, ఇప్పుడు నేను నీకు ఒక కథ చెబుతాను మరియు చివర్లో నా ప్రశ్నకు సమాధానం చెప్పాలి. సమాధానం చెప్పకపోతే, నేను నీ తలని వెయ్యి ముక్కలుగా చేస్తాను." అలా చెబుతూ, బేతాల్ కథ చెప్పడం ప్రారంభించాడు.

చాలా కాలం క్రితం ఉజ్జయిని నగరంలో వసుధరుడు అనే బ్రాహ్మణుడు ఉండేవాడు. అతనికి నలుగురు కొడుకులు. వాళ్ల నాన్నలా కాకుండా వాళ్లంతా చాలా సోమరిపోతుల్లా జూదంలో, అనైతిక కార్యకలాపాల్లో కాలక్షేపం చేసేవారు. వారు వేదాలు లేదా ఉపనిషాదుల గురించి ఎలాంటి జ్ఞానాన్ని పొందేందుకు ఆసక్తి చూపలేదు. వసుధర్ ఎప్పుడూ తన కొడుకుల భవిష్యత్తు గురించి ఆలోచిస్తూనే ఉన్నాడు.

ఒకరోజు తన కుమారులను పిలిచి, "పిల్లలారా, యవ్వనంలో జ్ఞానాన్ని పొంది క్రమశిక్షణతో కూడిన జీవితాన్ని గడుపుతున్న వారు వృద్ధాప్యంలో పశ్చాత్తాపపడవలసి ఉంటుందని మీరు అర్థం చేసుకోవాలి. జూదంలో మునిగితేలేవారు. సమాజంలో ఎప్పుడూ గౌరవించబడలేదు. కాబట్టి అతను వారికి సలహా ఇచ్చాడు.

"ఇంకా ఆలస్యం కాకముందే, మీరు వెళ్లి కొంత జ్ఞానాన్ని సంపాదించుకోండి, తద్వారా మీరు భవిష్యత్తులో గౌరవప్రదంగా జీవించగలరు." నలుగురు కుమారులు తండ్రి సలహాలను శ్రద్ధగా విని ఒప్పించారు. కాబట్టి వారు నేర్చుకోవడం కోసం వెళ్లాలని నిర్ణయించుకున్నారు.

కాసేపటికి వాళ్లు వేరే ఊరికి బయలుదేరారు. అక్కడ మాయావిద్యను నేర్చుకుని ఏళ్ల తరబడి సాధన చేశారు. ఈ కళలో ప్రావీణ్యం పొందిన తర్వాత, వారు తమ సొంత పట్టణానికి తిరిగి వెళ్లాలని నిర్ణయించుకున్నారు. ఇంటికి తిరిగి వస్తుండగా నలుగురు అన్నదమ్ములు దట్టమైన అడవి. గుండా నడవాల్సి వచ్చింది. దారిలో చెట్టుకింద చనిపోయిన సింహం ఎముకల కుప్ప కనిపించింది. వారు దానిని చూడడానికి సంతోషిస్తున్నారు మరియు మ్యాజిక్ ఆర్ట్ యొక్క వారి అభ్యాసాన్ని పరీక్షించాలని నిర్ణయించుకున్నారు.

వాటిలో ఒకటి, సింహం శరీరంలో కనిపించే అన్ని ఎముకలను అమర్చింది. అప్పుడు రెండవ సోదరుడు తన మంత్రశక్తి సహాయంతో ఈ ఎముకలపై మాంసాన్ని సృష్టించాడు. మూడవ సోదరుడు మాంసం మరియు ఎముకలను కప్పడానికి చర్మాన్ని సృష్టించాడు. చివరగా, నాల్గవవాడు కొన్ని మంత్రాలు జపించి, చనిపోయిన సింహానికి ప్రాణం పోశాడు. సింహం సజీవంగా మారిన వెంటనే, అది నిలబడి, నలుగురు సోదరులపై దాడి చేసి ఒక్కొక్కరిని చంపింది. వారెవరూ సింహం నుంచి తప్పించుకోలేకపోయారు,

బేతాల్ తన కథను ఇక్కడ ముగించాడు మరియు రాజును అడిగాడు, "నువ్వు చెప్పు, విక్రమ్, నలుగురు సోదరులలో ఎవరు పెద్ద మూర్ఖుడో?". రాజు విక్రమ్ ఇలా సమాధానమిచ్చాడు. 'బేతాల్, చనిపోయిన సింహానికి ప్రాణం పోసిన సోదరుడిని నేను అతి పెద్ద మూర్ఖుడిగా భావిస్తున్నాను. జీవించి ఉన్న సింహం తమకు ప్రమాదకరమని గ్రహించకుండా ఒక మూర్ఖుడు మాత్రమే అలాంటి పని చేయగలడు. ఒక చర్యకు ముందు ఆలోచించాలి." రాజు విక్రమ్ తన సమాధానం పూర్తి చేయడంతో, బేతాల్ అతనిని చూసి వ్యంగ్యంగా నవ్వుతూ చెట్టుపైకి వెళ్లాడు.

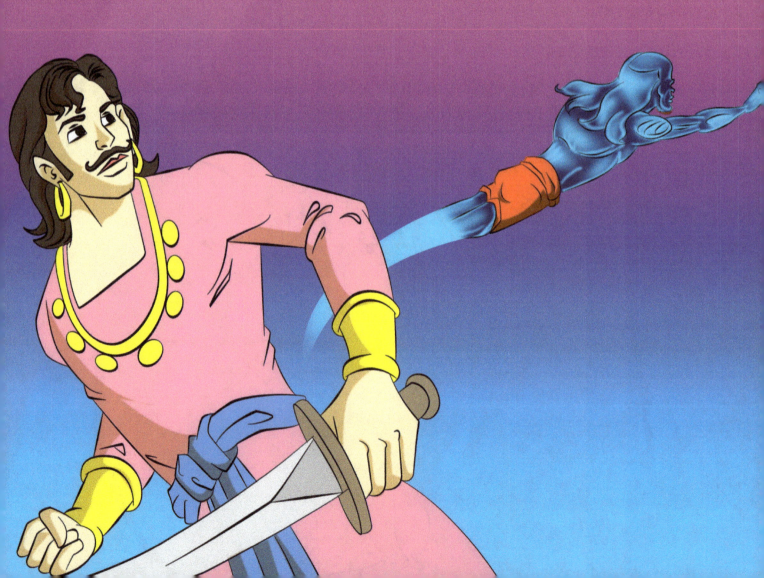

అంధ నిపుణులు

రాజు విక్రమ్ ఎప్పటిలాగే పీపుల్ చెట్టుకు వేలాడుతున్న శవాన్ని కిందకు దించాడు. కాగా విక్రమ్ నిశ్శబ్దంగా నడుస్తున్నాడు. బేతాల్ మరొక కథ చెప్పడం. ప్రారంభించాడు. ఒకప్పుడు ఒక రాజు ఉండేవాడు. ఆయన చాలా గొప్పవాడు మరియు దయగలవాడు. ప్రజల ఫిర్యాదులను ఓపికగా విన్న ఆయన వ్యక్తిగతంగా వారి సమస్యలను పరిష్కరించేందుకు ప్రయత్నించారు. ఒకరోజు, ఒక వృద్ధుడు తన ఇద్దరు గుడ్డి కొడుకులతో పాటు రాజాస్థానానికి వచ్చాడు. అతను రాజు ముందు గౌరవంగా నమస్కరించి ఇలా అన్నాడు. "మహారాజా! నా వ్యాపారంలో అకస్మాత్తుగా నష్టపోవడం వల్ల, నేను తీవ్రమైన పేదరికంలో ఉన్నాను. అప్పులు తీర్చి మళ్లీ వ్యాపారం ప్రారంభించటానికి. నాకు వెయ్యి బంగారు నాణేలు అవసరం. "ఆరు నెలల్లోగా రుణం చెల్లిస్తానని హామీ ఇవ్వడంతో ఈ మొత్తాన్ని తనకు ఇవ్వాలని రాజును అభ్యర్థించాడు. రుణానికి హామీగా, అతను తన ఇద్దరు ఆంధ కొడుకులను ప్యాలెస్ లో విడిచిపెట్టడానికి స్వచ్ఛందంగా ముందుకొచ్చాడు.

రాజు ఆ మొత్తాన్ని చెల్లించడానికి అంగీకరించాడు. కానీ అవిశ్వాసంతో, "మీ గుడ్డి కొడుకులు నాకు ఎలా సేవ చేస్తారు?". "నీ గొప్పతనము!" వృద్ధుడు, "నా పెద్ద కొడుకు గుర్రాలపై నిష్ణాతుడు మరియు చిన్నవాడు ఎలాంటి ఆభరణాలను అయిన పరీక్షించడంలో నైపుణ్యం కలిగి ఉన్నాడు" అని జవాబిచ్చాడు.

"ఇది నిజంగా ఆసక్తికరంగా ఉంది!" అరిచాడు రాజు. "అయితే వాళ్లు ఎలా చేస్తారు?" కుతూహలంతో రాజు అడిగాడు.

వృద్ధుడు గర్వంగా సమాధానం చెప్పాడు, "నా కొడుకులిద్దరూ వారి పదునైన వాసన మరియు స్పర్శపై ఆధారపడి ఉంటారు." అతను ఇంకా నమ్మకంగా చెప్పాడు. "మీ మహిమాన్విత మీకు ఎప్పుడైన వారి తీర్పులో తప్పుగా కనిపిస్తే, మీరు వారి తల నరికివేయవచ్చు లేదా మీకు నచ్చిన విధంగా నన్ను శిక్షించవచ్చు." రాజు ఒప్పుకుని, వృద్ధుడికి వెయ్యి బంగారు నాణేలను ఇచ్చాడు. మరియు అతని ఇద్దరు కుమారులు రాజు సేవలో ఉంచబడ్డారు. కొన్ని రోజుల తర్వాత, ఒక గుర్రపు వ్యాపారి తన గుర్రాన్ని రాజుకు అమ్మడానికి రాజస్థానానికి వచ్చాడు. ఇది అరేబియా జాతికి చెందిన పొడవైన మరియు బాగా పెంచబడిన గుర్రం. "ఈ గుర్రం చాలా విశ్వాసపాత్రమైనది మరియు చాలా వేగంగా పరిగెడుతుంది" అని వ్యాపారి ప్రకటించి, దానిని కొనమని రాజును ఒప్పించాడు. రాజు వెంటనే గుర్రాలకు నిష్ణాతుడనుకున్న అంధుడైన బాలుడిని పిలిచాడు.

రాజు బాలుడిని అడిగాడు, "చెప్పు, ఈ గుర్రానికి డబ్బు ఖర్చు చేయడం విలువైనదేనా?"

గుడ్డి బాలుడు గుర్రాన్ని ముట్టుకుని, వాసన చూస్తూ పరీక్షించాడు. అక్కడున్న వారంతా ఆశ్చర్యంతో అతనివైపు చూశారు. గుర్రపు వర్తకుడు కోపంతో మరియు చిరాకుగా అన్నాడు, "ఇది నిజంగా హాస్యాస్పదంగా ఉంది! ఒక గుడ్డి బాలుడు నా గుర్రంపై తీర్పు చెప్పడం మంచిదా! దానిని ఆపి నా సమయాన్ని వృథా చేయకు!"

అంధుడైన బాలుడు రాజు వైపు తిరిగి, "మహారాజు! మీరు ఈ గుర్రాన్ని కొనుగోలు చేయకూడదని నేను అనుకుంటున్నాను. మీరు దానిపై స్వారీ చేసినప్పుడు అది మీకు బాధ కలిగించవచ్చు."

"వాట్ నాన్సెన్స్?" అని సహనం కోల్పోయిన వ్యాపారి అరిచాడు. తెలివైన రాజు తన కమాండర్లలో ఒకరిని గుర్రం వీపుపై ఎక్కించమని అతను గుర్రంపై ప్రయాణించిన వెంటనే, గుర్రం హింసాత్మకంగా అడిగాడు.

యు టర్న్ తీసుకుంది మరియు రైడర్ వెనుక నుండి నేలపైకి విసిరివేయబడ్డాడు.

మరియు తీవ్రంగా గాయపడ్డాడు. వ్యాపారి తన గుర్రం ప్రవర్తనకు ఆశ్చర్యపోయాడు మరియు సిగ్గుపడ్డాడు. ఒక్కమాట కూడా మాట్లాడకుండా తన గుర్రంతో సహా కోర్టు నుండి బయలుదేరాడు.

అంధ బాలుడి తీర్పుతో రాజు మరియు సభికులు చాలా ముగ్ధులయ్యారు.

రెండు రోజుల తర్వాత, ఒక నగర వ్యాపారి రాజు వద్దకు చాలా విలువైన రాళ్లు మరియు రత్నాలతో వచ్చాడు. రాజు ఒక అందమైన మెరిసే వజ్రపు ముక్కను తీసుకుని, చిన్న అంధుడిని ఇలా అడిగాడు, "ఈ వజ్రం ముక్కను పరీక్షించి, అది కొనడానికి విలువైనదేనా అని నాకు తెలియజేయండి?" అంధుడైన బాలుడు వజ్రపు ముక్కను అరచేతుల్లోకి తీసుకున్నాడు.

అతను దానిని చాలాసార్లు రుద్దాడు మరియు రాజుతో ఇలా అన్నాడు, "రాజా! వజ్రం చాలా విలువైనది అనడంలో సందేహం లేదు. కానీ అది ధరించిన వారి చాలా అశుభం అవుతుంది."

"అలా ఎలా?" కుతూహలంగా అడిగాడు రాజు. "ఓ మహిమా! ఈ వజ్రం ముక్క ఇప్పటికే ఆభరణాల వ్యాపారి కుటుంబంలోని ఇద్దరు సభ్యుల ప్రాణాలను తీసింది." స్వర్ణకారుడు అక్కడ నిలబడి, పూర్తిగా ఆశ్చర్యపోయాడు మరియు రాజును క్షమించమని వేడుకున్నాడు. సిగ్గుపడుతూ తన రత్నాలు, విలువైన రాళ్లతో రాజభవనాన్ని విడిచిపెట్టాడు.

చిన్న అంధ బాలుడి నిశిత పరిశీలన మరియు సరైన తీర్పు ఇచ్చినందుకు రాజు మెచ్చుకున్నాడు.

ఈ ఘటన జరిగి కొన్ని నెలలు గడిచిపోయాయి. ఒకరోజు, ఇద్దరు అబ్బాయిల తండ్రి రాజభవనానికి తిరిగి వచ్చాడు. తన కుమారులను కలవడం ఆనందంగా ఉంది. తన కుమారులను చూసుకున్నందుకు రాజుకు కృతజ్ఞతలు తెలిపాడు. వాగ్దానం చేసిన విధంగా, అతను రాజుకు వెయ్యి బంగారు నాణేల రుణాన్ని తిరిగి ఇచ్చాడు. అప్పుడు అతను తన కొడుకులను తనతో తీసుకెళ్లడానికి రాజు అనుమతిని అడిగాడు. వాళ్లు వెళ్లే సమయం వచ్చేసరికి రాజుగారు ఆ ముసలాడిని ఇలా అడిగాడు, “ఈ ఇద్దరు ప్రతిభావంతులైన కొడుకులకి నువ్వే తండ్రివి. నీకు కూడా ఏమైనా ప్రత్యేక ప్రతిభ ఉందా?”

“మహారాజా! నేను ఒక వ్యక్తి గతాన్ని చెప్పగలను” అని వృద్ధుడు బదులిచ్చాడు.

“అయితే నాగతం గురించి చెప్పు” చిన్న పిల్లవాడిలా ఉత్సుకతతో అడిగాడు రాజు.

పెద్దాయన ఏమాత్రం తడుముకోకుండా బదులిచ్చాడు. ఈ మాటలు విని రాజు మూగవాడు మరియు చాలా కోపంగా ఉన్నాడు. అతను వెంటనే తన సైనికులను అజ్ఞాపించాడు. “ఈ వృద్ధుడిని మరియు అతని ఇద్దరు కుమారులను నా నుండి దూరం చేయండి; వారిని ఉరితీయండి.”

బేతాల్ తన కథను ఇక్కడ ముగించి, రాజు విక్రమాదిత్యను ఇలా అడిగాడు, “విక్రమ్, తన వివేకం మరియు దయకు పేరుగాంచిన రాజు, వృద్ధుడిని మరియు అతని ఇద్దరు కుమారులను ఉరితీయమని ఆదేశించడాన్ని సమర్థిస్తారా? వెంటనే మాట్లాడండి, లేకపోతే నేను మీ తల ముక్కలుగా పగులగొడతాను.

విక్రమ్ రాజు ఒక్కక్షణం ఆలోచించి, “బేతాల్, రాజు అతని చర్యలో ఎటువంటి సందేహం లేదు. అతను నిజంగా దొంగ కొడుకు. అందుకే, అతను తన గురించి చేదు నిజాన్ని తట్టుకోలేకపోయాడు. అయితే, పాత మనిషిని కూడా నిందించవలసి ఉంటుంది, ఎందుకంటే ఒకరు మాట్లాడే ముందు ఆలోచించాలి, మరొకరి మనోభావాలను దెబ్బతీసేంత వరకు బహిరంగంగా మాట్లాడకూడదు.”

“మీ తీర్పు నిజంగా ప్రశంసనీయమైనది.” బేతాల్ అన్నారు. ‘అయితే మీరు మౌన ప్రతిజ్ఞను ఉల్లంఘించినందున నేను నా నివాసానికి తిరిగి వెళ్తున్నాను.” అంటూ బేజాల్ తిరిగి పీపాల్ చెట్టు దగ్గరకు వెళ్లాడు.

గేట్ కీపర్ కోసం రివార్డు

ఇది చీకటి రాత్రి మరియు భారీ వర్షం. ఎక్కడి నుంచో వింత స్వరాలు వినిపించాయి. కానీ విక్రమాదిత్య రాజు కొంచెం కూడా భయపడలేదు. అతను శవాన్ని కిందకు తీసుకురావడానికి చెట్టుపైకి ఎక్కాడు మరియు వెంటనే శవాన్ని తన భుజాలపై పడుకోబెట్టి నిశ్శబ్దంగా నడవడం ప్రారంభించాడు. నిశ్శబ్దాన్ని చేదించడానికి, బేతాల్ ఇలా అన్నాడు. "ఓ రాజు, మీరు మీ పనిని సాధించడానికి అలుపెరగని ప్రయత్నాలు చేస్తున్నారు మరియు ప్రతిసారి మీరు నా వెంట వస్తున్నందుకు నేను నిన్ను చూసి జాలిపడుతున్నాను."

రాజు ఏమీ మాట్లాడలేదు. కాబట్టి బేతాల్ మరొక కథను చెప్పడం ప్రారంభించాడు.

ఒకప్పుడు చంద్రకాంతుడు అనే రాజు ఉండేవాడు. అతను చాలా ధైర్యవంతుడు మరియు గొప్పవాడు మరియు తన ప్రజలను బాగా చూసుకుంటాడు. అతని రాజ్యంలో అందరూ ప్రశాంతంగా జీవించేవారు. ఆ సమయంలో, అతని కాపలాదారుల్లో ఒక అతని వద్దకు వచ్చి, "మహారాజు! మీరు మా సైన్యాన్ని అప్రమత్తం చేయాలి, ఎందుకంటే పొరుగు రాజ్యం నుండి శత్రువులు ఎప్పుడైనా మాపై దాడి చేయవచ్చు." ఎటువంటి అవకాశాలు తీసుకోకుండా, రాజు తన సైనికులను అప్రమత్తంగా ఉండమని ఆదేశించాడు మరియు రాజ్యాన్ని రక్షించడానికి తన సన్నాహాలు చేశాడు.

కొన్ని రోజుల తర్వాత, కాపలాదారు ఊహించినట్లుగా, పొరుగు రాష్ట్రం తన పూర్తి శక్తితో చంద్రకాంత్ రాజ్యంపై దాడి చేసింది. రాజు సైనికులు దాడికి సిద్ధమయ్యారు. వారు ధైర్యంగా పోరాడి యుద్ధంలో శత్రువులను ఓడించారు. యుద్ధం ముగిసినప్పుడు, శత్రువుల దాడి గురించి హెచ్చరించిన గార్డుకు బహుమతి ఇవ్వాలని రాజు నిర్ణయించుకున్నాడు.

కాబట్టి, మరుసటి రోజు, అతను గార్డును తన కోర్టుకు పిలిచాడు.

రాజు అతని సరైన అంచనా కోసం అతనిని మెచ్చుకున్నాడు మరియు అతనికి బంగారు నాణేల సంచిని బహుమతిగా ఇచ్చాడు. గార్డు చాలా సంతోషించాడు. అయితే వెళ్లేముందు రాజు కాపలాదారుడిని అడిగాడు, "చెప్పండి, శత్రువులు మన రాజ్యం మీద దాడి చేయబోతున్నారని మీకు ఎలా తెలిసింది?" కాపలాదారు ఇలా జవాబిచ్చాడు, "మహారాజా! నేను భవిష్యత్తులో జరగబోయే విషయాలను నా కలలో చూడగలను. రాత్రి నా డ్యూటీ చేస్తున్నప్పుడు, శత్రువులు మనపై దాడి చేసినట్లు నాకు కల వచ్చింది."

గార్డు సమాధానం చెప్పడం పూర్తి చేసిన తర్వాత, రాజు, "మీరు నిజంగా మమ్మల్ని అప్రమత్తం చేయడం ద్వారా గొప్ప పనిచేసారు. కానీ మీరు గార్డు పదవి నుండి తొలగించబడ్డారు.". రాజు నిర్ణయానికి ఆస్థానంలో ఉన్నవారందరూ ఆశ్చర్యపోయారు.
అయితే, గార్డు చల్లగా ఉండి రాజు నిర్ణయాన్ని సునాయాసంగా అంగీకరించాడు. అతను "అవును సార్, నేను శిక్షించబడాలి; నేను మీ నిర్ణయాన్ని గౌరవిస్తాను.". అంటూ కోర్టు నుంచి వెళ్లిపోయాడు.

బేతాల్ తన కథను ముగించి, "విక్రమ్ రాజు! నాకు చెప్పు, రాజు యుద్ధంలో గెలవడానికి రాజుకు సహాయం చేసినప్పటికీ, రాజు తన డ్యూటీ నుండి కాపలాదారుని ఎందుకు తొలగించాడు?".

రాజు విక్రమ్ ఇలా జవాబిచ్చాడు, "బేతాల్, ఒక కాపలాదారుని కర్తవ్యం అప్రమత్తంగా ఉండాలి. ఆ గార్డు తనకు కల వచ్చిందని చెప్పినప్పుడు, అతను రాత్రి వీధుల్లో ఉండగా, రాజుకు అతను ఆ సమయంలో నిద్రపోతున్నాడని. తెలుసుకున్నాడు. తన విధిని నిర్వర్తించడంలో విఫలమైనందుకు, అతను శిక్షించబడ్డాడు మరియు ఉద్యోగం నుండి తొలగించబడ్డాడు."

ఈ సమాధానంతో బేతాల్ చాలా సంతోషించారు. అయితే అప్పటి నుంచి రాజు మౌనం వీడాడు. చెట్టు వద్దకు తిరిగి వెళ్లాడు మరియు రాజు విక్రమ్ మరోసారి బేతాల్ను వెంటడించడం ప్రారంభించాడు.

సైన్స్ ఓడిపోయింది

మరోసారి విక్రమ్ రాజు చెట్టు దగ్గరకు వెళ్లి శవాన్ని భుజాల మీద వేసుకుని నడపడం మొదలు పెట్టాడు. మరియు బేతాల్, తన కొత్త కథను ప్రారంభించాడు:

చాలా కాలం క్రితం, చంద్రస్వామి అనే బ్రాహ్మణుడు అద్భుతమైన ఉజ్జయినీ నగరంలో నివసించాడు. అతని అన్ని శాస్త్రాలను అభ్యసించాడు. కానీ అతనికి జూదం కూడా ఉంది. ఒకరోజు చంద్రస్వామి ఒక జూదశాలలోకి ప్రవేశించాడు.

చంద్రస్వామి హాలులోకి వెళ్లేసరికి సందడి నెలకొంది. జూదగాళ్లతో పాచికలు ఆడుతూ తన సర్వస్వం కోల్పోయాడు, ఆపై అప్పుగా తీసుకున్న డబ్బును కూడా పోగొట్టుకున్నాడు. మరియు అతను ఆ భారీ మొత్తాన్ని చెల్లించమని పిలిచినప్పుడు, అతను దానిని చేయలేడు; కాబట్టి గ్యాంబ్లింగ్ హాల్ కీపర్ అతన్ని కొట్టాడు, చంద్రస్వామి రాయిలా నిశ్చలంగా ఉండి, చనిపోయినట్లు కనిపించి, రెండు మూడు రోజులు ఆ స్థితిలోనే ఉన్నాడు.

చంద్రస్వామిని గుడ్డి బావిలో పడేయమని జూదగాళ్లకు చెప్పాడు. బావి దొరకకపోవడంతో జూదగాళ్లు అతన్ని సుదూర అడవిలో వదిలి చంద్రస్వామి లేచి ఖాళీగా ఉన్న గుడిలోకి ప్రవేశించాడు. అప్పుడే ఒక పాశుపత తపస్వి, భస్మం పూసిన శరీరంతో, త్రిశూలంతో, వెంట్రుకలతో త్రిశూలంతో వచ్చాడు, చంద్రస్వామి తన కథను వివరించాడు.

చంద్రస్వామికి అనుకోని అతిథి రావడంతో సన్యాసి భోజనం పెట్టాడు. చంద్రస్వామి, "నేను బ్రాహ్మణుడిని, మీ భిక్షలో కొంత భాగాన్ని నేను ఎలా తినగలను?"

సన్యాసి మంత్ర శక్తులను కలిగి ఉన్నాడు. అతను తన అతిథికి వినోదాన్ని అందించడానికి తన శాస్త్రాన్ని ప్రయోగించాడు. ఆపై చంద్రస్వామి స్వర్గపు స్త్రీ దానులతో నిండిన స్వర్గపు నగరం పైకి లేవడం చూశాడు. వారు అతనికి స్నానం చేయించారు మరియు వారు అతనికి అద్భుతమైన వస్త్రాలు ధరించారు మరియు అతను స్వర్గపు ఆహారం తీసుకున్నాడు మరియు పండ్లు తిన్నాడు. సన్యాసి అనుగ్రహంతో చంద్రస్వామికి ప్రతి రాత్రి అదే ఆనందాలు అందించబడ్డాయి.

చివరకు ఈ సన్యాసికి ఉన్న మంత్ర శాస్త్రాన్ని చంద్రస్వామి నేర్చుకోవాలనుకున్నాడు. చాలా ఒప్పించిన తరువాత, సన్యాసి అతనికి శాస్త్రాన్ని బోధించడానికి అంగీకరించాడు. అప్పుడు పాశుపత సన్యాసి నది వద్దకు వెళ్లి అతనితో ఇలా అన్నాడు, "ఈ మనోజ్ఞతను పునరావృతం చేస్తూ మీరు మీ భ్రమలో చూసే అగ్నిలో ప్రవేశించాలి."

ఆ తపస్వి, స్వతహాగా పరిశుద్ధుడైన చంద్రస్వామికి ఆ శోభను సక్రమంగా తెలియజేసాడు, అతను శుద్ధి చేయబడి, నీళ్లతో నోరు కడుక్కొన్నాడు. చంద్రస్వామి సన్యాసి ముందు వంగి, ధైర్యంగా నదిలోకి దిగాడు. మరియు అతను నీటిలో ఆ ఆకర్షణను పునరావృతం చేస్తున్నప్పుడు, అతను తన వాస్తవాన్ని మరియు ఆ జన్మ యొక్క సత్యాన్ని ఒక్కసారిగా మరచిపోయాడు. అతని ఫాన్సీలో అతను వేరే పట్టణంలోని వైవాహిక జీవితంలోని సంతోషాలు మరియు దుఃఖాలలో మునిగిపోయాడు. అతను వివిధ కార్యకలాపాలలో నిమగ్నమై ఆ పట్టణంలోనే ఉన్నాడు.

అతను ఈ భ్రమను అనుభవిస్తున్నప్పుడు, అతను తనను తాను జ్ఞాపకం చేసుకున్నాడు మరియు అగ్నిలోకి ప్రవేశించడానికి ఆసక్తిని కలిగి ఉన్నాడు, కానీ అతని ప్రియమైనవారు అతన్ని నిరోధించడానికి ప్రయత్నించారు. చివరికి చంద్రస్వామి అగ్నిలో ప్రవేశించాడు. కానీ అగ్ని అతనికి మంచులా చల్లగా చనిపించింది. ఆపై అతను సన్యాసిని చూసిన బ్యాంకుకు వెళ్లి తన అనుభవాలన్నింటినీ చెప్పాడు, అగ్ని యొక్క కూర్ఫీల్లో ముగించాడు. ఈ మంత్రోచ్ఛారణలో అతను ఏదో తప్పు వేశాడని అతని గురువు చెప్పాడు. సన్యాసి తప్పు తెలుసుకోవడానికి ప్రయత్నించినప్పుడు అతను కూడా దానిని కనుగొనలేకపోయాడు. కానీ ఇద్దరూ సైన్స్ని కోల్పోయారు.

బేతాల్ ఈ కథ చెప్పగానే, అతను మరోసారి విక్రమ్కు ఒక ప్రశ్న వేసాడు, "చెప్పండి, మంత్రోచ్చారణ నిర్దేశించిన విధంగా చేసినప్పటికీ, ఇద్దరికీ శాస్త్రం ఎందుకు పోయింది?" రాజు ఇలా జవాబిచ్చాడు. "ఆ చైతన్యం లేని బ్రాహ్మణ యువకుడి మనస్సు చలించిపోవడంతో, అది స్వచ్ఛంగా మరియు ఏకాగ్రతగా లేనందున అతని మనోజ్ఞతను సాధించలేకపోయాడు, మరియు అతని గురువు అనర్హమైన అభిలాషను ప్రసాదించినందున అతని మనోజ్ఞతను కోల్పోయాడు." రాజు ఇలా చెప్పగానే బేతాళుడు మళ్లీ తన భుజం వదిలి కనిపించకుండా వెనక్కి తన సొంత స్థలానికి వెళ్లిపోయాడు.

www.ingramcontent.com/pod-product-compliance
Lightning Source LLC
LaVergne TN
LVHW080053220825
819277LV00039B/710